On the Wing 翅膀

North American Birds 1

Andrea Voon

Richard Han

Dà chì bǎng　　dà chì bǎng shàn ya shàn
大翅膀，大翅膀扇丫扇，

sēn lín li de　　mì mì tàn yuán　duō néng gàn
森林里的 秘密探员 多能干。

Kù shì yīng　　kù shì yīng　zì xìn mǎn mǎn
库氏鹰，库氏鹰 自信满满，

tú xí liè wù xìng gé xiōng cán
突袭猎物性格凶残。

Super wings, super wings, flap flap flap…
Undercover agents in the forests are on the wing.

Cooper's Hawks, Cooper's Hawks, clap clap clap…
Skillfully hunt and kill prey on the wing.

Kù·bái yīng

Dà chì bǎng　　　dà chì bǎng shàn ya shàn
大翅膀，大翅膀扇呀扇，

cǎo yuán　shǒu hù zhě　　duō néng gàn
草原 守护者 多能干。

Duǎn ěr xiāo　　duǎn ěr xiāo　　zì xìn mǎn mǎn
短耳鸮，短耳鸮 自信满满，

bái tiān mì　shí　shí　fēn cháng jiàn
白天觅食十分常见。

Super wings, super wings, flap flap flap...

Guardians of the grasslands are on the wing.

Short-eared Owls, Short-eared Owls, clap clap clap...

Hunt at dawn and dusk on the wing.

4

^{Dà chì bǎng}
大翅膀， ^{dà chì bǎng shàn ya shàn}大翅膀扇呀扇，

^{sēn lín} ^{kān shǒu yuán} ^{duō néng gàn}
森林 看守员 多能干。

^{Héng bān lín xiāo} ^{héng bān lín xiāo} ^{zì xìn mǎn mǎn}
横斑林鸮， 横斑林鸮 自信满满，

^{xiǎo nǎo dai néng 270 dù zhuǎn}
小脑袋能270度转。

Super wings, super wings, flap flap flap...

Rangers of the old forests are on the wing.

Barred Owls, Barred Owls, clap clap clap...

Turn their head and scan for prey on the wing.

Dà chì bǎng dà chì bǎng shàn ya shàn
大翅膀，大翅膀扇呀扇，

hú pō shang de qián shuǐ yuán duō néng gàn
湖泊上的 潜水员 多能干。

shuāng guān lú cí shuāng guān lú cí zì xìn mǎn mǎn
双冠鸬鹚，双冠鸬鹚 自信满满。

tiào rù shuǐ li lái huí fú qiǎn
跳入水里来回浮潜。

Super wings, super wings, flap flap flap…

Divers in the lakes and ponds are on the wing.

Double-crested Cormorants, Double-crested Cormorants, clap clap clap…

Dive deep in one breath on the wing.

大翅膀，大翅膀扇呀扇，

湖泊上的 芭蕾舞者 多能干。

绿头鸭，绿头鸭 自信满满。

水上芭蕾如梦如幻。

Super wings, super wings, flap flap flap...

Ballerinas in the lakes and ponds are on the wing.

Mallards, Mallards, clap clap clap...

Dabble and perform water ballet on the wing.

Dà chì bǎng　　dà chì bǎng shàn ya shàn
大翅膀，大翅膀扇呀扇，

zhǎo zé li de　fēi xíng yuán　cuō néng gàn
沼泽里的 飞行员 多能干。

Dà yàn　dà yàn　zì xìn mǎn mǎn
大雁，大雁 自信满满。

liè duì qiān fēi bú pà wéi xiǎn
列队迁飞不怕危险。

Super wings, super wings, flap flap flap...

Pilots in the marshes are on the wing.

Canada Geese, Canada Geese, clap clap clap...
Fly in a V-formation on the wing.

Dà chì bǎng   dà chì bǎng shàn ya shàn
大翅膀，大翅膀扇呀扇，

hǎi tān wèi shì   duō néng gàn
海滩 卫士 多能干。

Huī chì ōu   huī chì ōu   zì xìn mǎn mǎn
灰翅鸥，灰翅鸥 自信满满。

jiǎn shí hǎi chǎn shǒu wèi hǎi an
捡拾海产守卫海岸。

Super wings, super wings, flap flap flap...
Guardians of the shorelines are on the wing.

Glaucous-winged Gulls, Glaucous-winged Gulls, clap clap clap...
Forage seafood and patrol shorelines on the wing.

14

Dà chì bǎng   dà chì bǎng shàn ya shàn
大翅膀，大翅膀扇呀扇，

zhǎo zé li de   yú fū   duō néng gàn
沼泽里的 渔夫 多能干。

dà lán lù   dà lán lù   zì xìn mǎn mǎn
大蓝鹭，大蓝鹭 自信满满。

zhuī zōng yú qún huó tūn hǎi xiān
追踪鱼群活吞海鲜。

Super wings, super wings, flap flap flap...

Fishermen in the marshes are on the wing.

Great Blue Herons, Great Blue Herons, clap clap clap...

Stalk and gulp down fish or frogs on the wing.

16

Dà chì bǎng dà chì bǎng shàn ya shàn
大翅膀，大翅膀扇呀扇，

zhǎo zé li de Jiāo jì wǔ dǎo yuán duō néng gàn
沼泽里的 交际舞蹈员 多能干。

shā qiū hè shā qiū hè zì xìn mǎn mǎn
沙丘鹤，沙丘鹤 自信满满。

qì zhí yōu yǎ wǔ zī piān piān
气质优雅舞姿翩翩。

Super wings, super wings, flap flap flap…

Ballroom dancers in the marshes are on the wing.

Sandhill Cranes, Sandhill Cranes, clap clap clap…

Perform a graceful dance on the wing.

18

Dà chì bǎng　　dà chì bǎng shàn ya shàn

大翅膀，大翅膀扇呀扇，

hǎi yáng　dào zéi　duō néng gàn

海洋 盗贼 多能干。

Yú yīng　　yú yīng　　zì xìn mǎn mǎn

鱼鹰，鱼鹰 自信满满。

kōng zhōng qiú hūn rè qíng làng màn

空中求婚热情浪漫。

Super wings, super wings, flap flap flap…
Pirates in the oceans are on the wing.

Ospreys, ospreys, clap clap clap…
Clasp a fish and perform a "sky-dance" on the wing.

Dà chì bǎng   dà chì bǎng shàn ya shàn
大翅膀，大翅膀扇呀扇，

cǎo yuán shàng de   liè rén   duō néng gàn
草原上的 猎人 多能干。

Bái wěi yào   bái wěi yào   zì xìn mǎn mǎn
白尾鹞，白尾鹞 自信满满。

ěr tīng bā fāng   yǎn guān sì miàn
耳听八方，眼观四面。

Super wings, super wings, flap flap flap...

Hunters on the grasslands are on the wing.

Northern Harriers, Northern Harriers, clap clap clap...

Hear and spy on prey on the wing.

chāo jí chì bǎng　　chāo jí chì bǎng shàn ya shàn

超级翅膀，超级翅膀扇呀扇，

sēn lín li de　　mǎ xì tuán yuán　　duō néng gàn

森林里的 马戏团员 多能干。

Bái tóu hǎi diāo　　bái tóu hǎi diāo　　zì xìn mǎn mǎn

白头海雕，白头海雕 自信满满。

gāo kōng biǎo yǎn shuāng rén fēi zhuǎn

高空表演双人飞转。

Mighty wings, mighty wings, flap flap flap…
Circus performers in the forests are on the wing.
Bald Eagles, Bald Eagles, clap clap clap…
Perform a cartwheel spin on the wing.

dà chì bǎng　chāo jí chì bǎng shàr ya shàn
大翅膀，超级翅膀扇呀扇，

cái huá chū zhòng shēn fù zhòng dàn
才华出众身负重担。

dà chì bǎng　chāo jí chì bǎng shàn ya shàn
大翅膀，超级翅膀扇呀扇，

měi lì de　dì qiú　rè nào fēi fán
美丽的 地球 热闹非凡。

Super wings, mighty wings, flap flap flap…
Show us your talents on the wing.
Super wings, mighty wings, clap clap clap…
Our EARTH is full of life on the wing.

作者 Author

温甘玉芬

当妈前，她是孩子们的甘老师，在常年暖和的热带雨林，与孩子一起学习中、英文，探索文字的奥秘；当妈后，她是孩子们的温妈咪，在四季分明的北半球，与孩子一起感受春夏秋冬的更替，一起寻找美好的童年……

温妈咪创作的灵感，源自于多年来的童言童语。2021年，她成立了"温室工作坊"，立志出版一系列的中、英双语绘本，结合母语和第二语言，提倡亲子趣读。精通三语的温妈咪理解每一种语言都有其独特的艺术形式，因此创作的双语绘本也各含韵味、各具特色。

Andrea Voon

Over the past few years, Andrea has learned and grown with her family as a full-time mother in Canada. Back in Malaysia, she was a Chinese immersion elementary school teacher. In 2021, Andrea started her journey as an author. Growing up in a multilingual environment, Andrea loves the beauty of languages on their own. She has the vision to publish picture books to support bilingual families in raising their children in English and Chinese reading.

摄影师 Photographer

Richard Han

Richard loves to practice patience through his lenses of the natural world. He enjoys observing wildlife and photographing the natural lifestyles that animals live. He is excited to present the beautiful photos that he captured in dreamy tones and colors to all the birds lover.

BILINGUAL READING IS FUN!

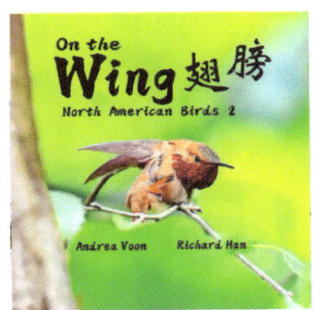   

Check out other bilingual picture books by Andrea Voon.

To **Shirley Han, Derek, Eliana, Alayna & Magnus Dominus**

with love -- Andrea. V

For **Richard Han**

The patience in natural photography

ISBN 978-1-998856-20-6

Text copyright © 2024 Andrea Voon

Picture Credit © 2024 Richard Han